காணிக்கை

அப்பா (டாக்டர்.பா.உதயகுமார்)

அம்மா (டாக்டர்.கு.மங்கையர்க்கரசி)

நன்றி

இந்த நூலுக்கான ஓவியங்களைத் தீட்டிய

ஓவியர் தீபா கோபிநாத்

[@FaceBook: DeepazArt]

அறிவன்

Translation and Principles
from
'The Prince'
by Nicollo Machivelli

ஆட்சிக்கலை

ஆட்சியரின் அகராதி

உதய.கதிரவன்

ஆட்சிக்கலை
உதய.கதிரவன்©
வெளியீடு : அறிவன் பதிப்பகம்
(Book Design, Content & Production)
1/4 வேங்கடாசலபதி முதல் தெரு,
செனாய் நகர், சென்னை – 600 030

ISBN
Paperback 979-8-88546-895-4
Hardcase 979-8-88641-524-7

ஆட்சிக்கலை

ஆட்சியரின் அகராதி

நிகோலோ மச்சிவெல்லி & 'தி பிரின்ஸ்' அறிமுகம்

நிக்கோலோ மச்சிவெல்லி (3 மே 1469 - 21 ஜூன் 1527) மறுமலர்ச்சிக் காலத்தில் வாழ்ந்த இத்தாலியத் தூதர், எழுத்தாளர், தத்துவவாதி, வரலாற்றாசிரியர் மற்றும் அரசியல் ஆர்வலர். 1513-ஆம் ஆமாண்டில் எழுதப்பட்ட அவரது அரசியல்கட்டுரைக ளின் தொகுப்பு 'தி பிரின்ஸ்' மிகவும் பிரபலமானது, ஆனால் 1532 வரை வெளியிடப்படவில்லை. அவர் 'நவீன அரசியல் தத்துவம் மற்றும் அரசியல் அறிவியலின்' தந்தை என்று அழைக்கப்படுகிறார்.

'தி பிரின்ஸ்' புத்தகத்தில் அரசியல் தொடர்பான பல கருத்துகள் உள்ளன. இது ஒரு புதிய அரசனை உருவாக்கும் கவனத்தைச் செலுத்துகிறது. அதிகாரத்தைத் தக்கவைக்க, பல்வேறு நிறுவனங்களின் நலன்களைக் கவனமாகக் சமநிலைப்படுத்த வேண்டும். இதற்கு நேர்மாறாக, ஒரு புதிய அரசனுக்கு ஆட்சி புரிவதில் மிகவும் கடினமான பணி உள்ளது. நீடித்த அரசியல் கட்டமைப்பைக் கட்டியெழுப்ப அவர் முதலில் தனது புதிய அதிகாரத்தை உறுதிப்படுத்த வேண்டும். தார்மீக ஊழலை எதிர்கொண்டு சமூக நன்மையையும் அதன் பாதுகாப்பையும் அடைய முடியும் என்று மச்சியாவெல்லி உணர்த்தியுள்ளார். மச்சியாவெல்லி, பொது சமூக அறநெறிகளையும் மற்றும் தனிமனித அறநெறிகளையும் வெவ்வேறாகப் புரிந்து கொள்ள வேண்டும் என்று தெளிவுபடுத்தியுள்ளார். இதன் விளைவாக, ஒர் ஆட்சியாளர் நற்பெயரை நிலைநாட்ட அதிகம் உழைக்க வேண்டும், ஆனால் சரியான நேரத்தில் தந்திரமான முறையில் செயல்படவும் தயாராக இருக்க வேண்டும் என்பதையும் உணர்த்தியுள்ளார்

ஆட்சிக்கலை

ஆட்சியரின் அகராதி

நிகோலோ மச்சிவெல்லியின் தத்துவகளின் முக்கியக் கருத்துச் சுருக்குப்பேழை

1. புதிதாக ஏற்கப்படும் ஆட்சிமுறையின் அடிப்படைகள் முற்றிலும் புதியவை அல்ல

2. பலம் பொருந்திய படையைக் கொண்டிருந்தாலும் ஒரு நாட்டை ஆள முற்படுபவர் அந்நாட்டுக் குடிமக்களின் நன்மதிப்பைப் பெற்றிருக்கும்போது மட்டுமே அமைதியான நல்லாட்சி புரிய முடியும்

3. மக்களின் முந்தைய வரி வரம்பு அம்மக்களின் வாழ்க்கை முறை மற்றும் அவரின் நெறிகளைச் சீர் குலைக்காமல் சீர்தூக்கிப் பார்க்க வேண்டும்

4. ஆட்சியின் மீது மக்களின் நம்பிக்கையானது தளர்த்த முடியாததாய் அமைவது அம்மன்னனின் ஆளுமைத்திறன் மற்றும் மக்களைப் பாதுகாக்கும் அடிப்படையில் அமைகிறது

5. தெளிந்த சித்தம் பொருந்திய அரசன் முந்தையரின் வழிநடந்து அவர் எட்டிய இலக்குகளை அறிந்து தனக்கான எல்லைகளின் கொள்கைகளை வகுத்துக் கொண்டு அவர் எய்திய இலக்குகள்மேல் தன் முயற்சியை மேற்கொள்வர்

6. தன் திறனின் அடிப்படையில் அவர் எவ்விதமான மாற்றங்களைக் காலத்திற்கேற்ப முடிவெடுக்க வேண்டும் என்பதை அறிந்து தன் இலக்குக்கான முயற்சிகளை முன்னெடுப்பர்

7. அதிர்ஷ்டத்தால் பெறப்படும் ஆட்சி மக்களுக்கான நிலையான ஆட்சியாய் அமையப் பெறாது

8. மக்களின் நாயகனாக ஒருவன் ஆட்சி அதிகாரத்தை ஏற்பதற்கு மக்களின் எழுச்சி அடிப்படைக் காரணமாகிறது

9. அரசன் தன்னை, ஆட்சியை நிலைநிறுத்திக் கொண்டுள்ளான் என்பதை ஆட்சியைத் தற்காத்துக் கொள்ளும் வடிவத்திலிருந்து உணரமுடியும்

10. தன் மக்களைக் கொண்டு நிறுவப்படும் படையின் மூலமே வலிமையாக ஒரு நாடு தன்னைத் தற்காத்துக்கொள்ள முடியும்

11. தன் நாட்டின் படையின் வலிமையைக் கூட்டாமல் பிறர் உதவியை நாடி போர்க்களம் புகும் ஒரு அரசன், தான் கொண்ட வெற்றியால் பெரிதும் மகிழ்ந்து விட முடியாது

12. போர்க்கலைத் தத்துவங்கள், போரிடும் முறைகள் பற்றி நன்கு அறிதல் ஒரு அரசனுக்கு மிக இன்றியமையாதது

13. வேட்டை மிக உறுதியான உடலையும், விழிப்புணர்வு உடைய மனதையும் உருவாக்க உதவும்

14. அரசன், விரும்பப்பட வேண்டியவன் மட்டுமல்லன், மதிக்கப்பட வேண்டியவனும், சில சூழ்நிலைகளில் அஞ்சப்பட வேண்டியவனும் ஆவான் என்பதைச் சுற்றத்திற்கும் மக்களுக்கும் உணர்த்தல் வேண்டும்

15. அரசன் தன்னைக் கருணைமிக்கவனாக மக்கள் மனதில் உருவகப்படுத்த அதிகம் செலவிடல் வேண்டும், அந்தப் பிம்பம் எப்போதும் பயனளிக்காது

16. பயனுடைய செயல்களைச் செய்து மக்களுக்கு நன்மை பயக்கும் ஆட்சி, நிலைபெற்ற புகழ் பெரும்

17. மக்கள், அரசனிடம் தங்களின் விருப்பத்தின் படி அன்பு செலுத்துவர் ஆனால் மன்னனின் கட்டளைகளுக்கு அச்சம் கொள்வர் என்பதை ஆயுதமாக்குவது அரசின் கட்டுப்பாட்டில் உள்ளது.

18. எல்லா நேரத்திலும் அரசனால் தான் கொடுத்த வாக்கை நிறைவேற்ற முடியாது என்பதை மக்கள் உணர்ந்து இருப்பர்

19. தன் முடிவுகள் ஆட்சிமேல் உள்ள நம்பிக்கையைச் சீர்குலைக்கும் அல்லது தன் மேல் களங்கம் விளைவிக்கும் என்று உணர்ந்தால், அரசன் தன் செயலின் திசையை மாற்ற வேண்டும்

20. அரசு அனைத்துச் செயல்களிலும் வலிமையையும் உறுதியையும் காட்ட வேண்டும்

21. அரசன் வெகுமானங்களையும் தண்டனைகளையும் சரியான அளவில் பயன்படுத்த வேண்டும்

22. மாபெரும் வெற்றியைத் தவிர வேறு எதுவும் ஒரு மன்னனுக்குப் புகழைத் தேடித் தராது

23. அமைச்சர்களைத் தேர்ந்தெடுப்பதில் காட்டும் புத்திசாலித்தனமும் புத்திக்கூர்மையும் மிகக் கவனமாக மக்களால் கண்காணிக்கப்பட்டு விமர்சிக்கப்படும் என்பதை அரசு உணர வேண்டும்

24. சோம்பலை முறிக்காமல், செயல்களை முன்னெடுக்காமல், காலம் கைகொடுக்கவில்லை என்னும் மூடநம்பிக்கையைப் பின்தொடர்வதைத் தடுக்க வேண்டும்

25. காலத்திற்கு ஏற்பச் செயல் முயற்சி செய்யத் தவறுவது அதிர்ஷ்டத்தை எதிர்பார்த்துக் காத்துக் கொண்டிருப்பது இவை இரண்டும் மன்னனின் ஆளுமை இன்மையையும் நம்பிக்கை இன்மையையும் வெளிப்படுத்தும்

26. தற்காத்துக் கொள்ளும் திறன் படைத்த அரசனின் கீழ் இயங்கும் ஆட்சியில் வாழும் மக்களே சுதந்திரமாக வாழ முடியும்

நிலையான ஆட்சி, மக்களுக்கான
அமைதியான வாழ்க்கை

பொருளடக்கம்

1

அரசாங்கம்

1 அரசாங்கம்

1. அரசாங்கத்தைக் கட்டி ஆளும் அரசன், அரச குடும்பத்தைச் சார்ந்தவனாகவோ அரசின் வாரிசாகவோ அரசன் கீழ்ப்படிந்து நடக்கும் கூட்டத்தில் ஒருவனாகவோ அல்லது அரசனால் அந்நாட்டிற்கு அழைத்து வரப்பட்டவனாகவோ அமையப்பெறுவான்.

2. சில தருணங்களில் குடியாட்சி அமையப்பெற்றால் அந்நாட்டில் தம் தனித் திறமையாலோ அல்லது அதிர்ஷ்டத்தின் காரணங்களாலோ அரசாங்கத்தை வழிநடத்தும் வாய்ப்பைப் பெறுவர்

2

அரச தலைமுறைகள்

2 அரச தலைமுறைகள்

1. தலைமுறை தலைமுறையாக அரச குடும்பங்கள் நாட்டை ஆள்வது புதிதன்று அப்படிப்பட்ட அமைப்புகள் இருந்துள்ளமைக்கு வரலாற்றில் பல்வேறு பதிவுகள் உள.

2. அரச பரம்பரைகள் நாட்டை ஆளும் நிலையில் பல்வேறு நன்மைகள், வசதிகள் எவ்விதமான தடைகளும் இல்லாமல் அமைந்து விடுகின்றன.

3. அவர்களின் குலப்பெருமை, நாட்டின் பண்டைய பழக்கவழக்கங்கள், தம் முன்னோர்களின் பெருமைகள் அகியவற்றை அடிப்படையாகக் கொண்டு நாட்டை, அரசாங்கத்தை, மக்களை, பொருளாதாரத்தை வழிநடத்திச் செல்வர்

4. விரல் விட்டு எண்ணக்கூடிய அளவில் மட்டுமே இப்படிப்பட்ட தலைமுறை அரசியல் அமைப்புகள் தகர்க்கப்பட்டுள்ளன, அதற்கு அம்மன்னர்களின் குறைந்த ஆளுமைத்திறன், மற்றும் மக்களிடம் ஏற்படும் நன்மதிப்பு இழப்பின் அடிப்படையில் உருவாகும் புரட்சி ஆகியன காரணங்களாகின்றன.

5. புரட்சியால் உருவாக்கப்பட்ட இயக்கங்களின் அரசமைப்பை நம்பிக்கையின் மூலம் மீண்டும் கைப்பற்ற இயலும் ஆனால் அதற்காக அந்த அரசன் சரியான தருணத்திற்காகக் காத்திருக்க வேண்டும்

6. தலைமுறை அரசியல் பெரும்பாலும் அதிகம் எதிர்ப்புக்கு ஆட்படுவதில்லை ஆனால், அப்படிப்பட்ட எதிர்ப்பு புதுமையான கருத்துக்கள், மக்கள் பல காலம் பொறுத்து வாழும் துன்பங்களைத் தகர்த்தெறிந்து மாற்றங்களுக்கான திட்டங்களை வகுத்து அவற்றைச் செயல்படுத்துதற்கான வழிமுறைகளைக் கண்டு ஏற்படுத்தும் நம்பிக்கை ஆகியவற்றின் மூலமே புதிய அரசு நிறுவப்படுகிறது

7. அப்படிப்பட்ட மாற்றத்தை பல்வேறு மாற்றங்களை விதைக்கும் பழங்களைத் தாங்கி நிற்கும் மரம் போல் இயற்கை காலத்தின் துணையுடன் மக்கள் மனதில் வேரூன்றி மாற்றங்களின் கற்பக விருட்சமாய் வளர்க்கும்.

3

புதிய தலைமுறை

3 புதிய தலைமுறை

1. புதிதாக ஏற்கப்படும் ஆட்சிமுறையின் அடிப்படைகள் முற்றிலும் புதியவை அல்ல

2. அவை இவ்வாட்சியை ஏற்று நடத்தும் குழுவின் வடிவத்தைப் பொறுத்து அமைகின்றன

3. ஆட்சியின் அமைப்பு, கொள்கைகள் ஆகியன முந்தைய ஆட்சியரின் துன்பத்திலிருந்து உருவாகின்றன

4. அப்படி அமையப் பெறும் ஆட்சிக்குத் துணை நிற்கும் மக்கள் முந்தைய ஆட்சியரின் வன்கொடுமைகளை எதிர்த்துப் போராடியும் இப்போது அமையப்பெறும் ஆட்சியின் பயன் நல்கும் வாய்ப்பை இழப்பர்

5. இதனால் அம்மக்கள் எதிர்பார்த்த மாற்றம் ஏற்படாமல் தற்போது நிலவும் சூழ்நிலையைவிட மிகுதியான துன்பத்தைச் சந்திக்க நேரிடலாம்

6. இதனால் அம்மன்னன் தன்னை நம்பிய மக்களை மிக்க துன்பத்திற்கு ஆட்படுத்தி அவ்வாட்சியை நிலைபெறச் செய்ய மிகுதியான துன்பத்தைத் தனக்கும் அம்மக்களுக்கும் தன்னைச் சார்ந்து சுற்றத்தாருக்கும் உருவாக்க நேரிடலாம்

7. இந்தச் சூழ்நிலையால் தன்னை ஆட்சிப் பொறுப்பில் அமர்த்திய சுற்றத்தின் நன்மதிப்பை இழந்து அவர் தன்பால் கொண்டிருந்த நட்பை, அன்பை இழக்கக்கூடும்

8. அது அவர்களின் எதிர்பார்ப்பை மீட்டெடுக்க முடியாமல் போனதின் விளைவுகளின் காரணமாகும். இதனால் அவருக்கு எதிரான முடிவுகளை எடுக்க முடியாமல் அரசன் மனதளவில் அவரின் கைதியாகிப் போவார்

9. பலம் பொருந்திய படையைக் கொண்டிருந்தாலும் ஒரு நாட்டை ஆள முற்படுபவர் அந்நாட்டுக் குடிமக்களின் நன்மதிப்பைப் பெற்றிருக்கும்போது மட்டுமே அமைதியான நல்லாட்சி புரிய முடியும்

10. மாபெரும் நிலப்பரப்பைக் கொண்டு ஆட்சி புரியும் ஒரு அரசன் தன் படை பலத்தினால், புத்திக் கூர்மையினால் சிறிய அல்லது பெரிய நாட்டைத் தன் ஆட்சிக்குக் கொண்டு வர முற்பட்டால் அவர் மேற்கொள்ள வேண்டிய குறிப்புகள்
    1. ஆளப்போகும் நாட்டின் முந்தைய அரசனை அந்நிலத்திலிருந்து மரியாதையுடன் நாடு கடத்த வேண்டும்
    2. அந்நாட்டு மக்களின் முந்தைய வரிவரம்பு, அம்மக்களின் வாழ்க்கை முறை மற்றும் அவரின் நெறிமுறைகளைச் சீர் குலைக்காமல் சீர்தூக்கிப் பார்க்க வேண்டும்

3 புதிய தலைமுறை

11. இந்த இரண்டு விதிகளைப் பின்பற்றினால் அந்நாட்டு மக்கள் மற்றும் ஆட்சியைத் தன் கீழ் எந்த ஒரு தயக்கமும் இல்லாமல் இணைந்து செயல்படும்

12. இந்த விதிக்குக் கீழ்ப்படியும் நாடு, மொழி, கலாச்சாரம் ஆகியவற்றிற்கு அப்பாற்பட்டுச் செயல்படும் ஆனால் இந்தச் சூழ்நிலையில் மிகக் கடினமான துன்பங்களை தாங்கி நாட்டை ஒருங்கிணைப்பதற்க்கு அதிக உழைப்பும் திறமையும் தேவைப்படும்

13. அரசன் அந்த நிலப்பரப்பில் சில காலம் தங்கி அவ்விரு நாட்டையும் ஒருங்கிணைக்கும் முயற்சியில் ஈடுபடும்போது ஏற்படும் முரண்களைக் களைந்து தன் ஆளுமைத்திறனை வெளிப்படுத்தி அம்மக்கள் மேல் கொண்டிருக்கும் அன்பை, அக்கறையை நிலைநாட்டி அந்நாட்டு மக்களால் விரும்பப்பட்டோ அல்லது தன்கட்டுப்பாட்டிலோ இயங்கும் வண்ணம் தன் ஆட்சியை நிலைநிறுத்த முடியும்

14. வெற்றி கொண்ட நாட்டில் அந்த அரசன் தங்காமல்போனால் அந்த அரசன் மக்களின் மனநிலையைப் புரிந்துகொள்ள முடியாத நிலை ஏற்படும். அவர்தம் எழுச்சியின் உணர்வுகளைத் துல்லியமாக அறிந்து கொள்ள முடியாமல் அரசினால் நியமிக்கப்பட்ட அதிகாரிகள் தரும் செய்திகளின் மூலம் மட்டுமே முடிவுகளை எடுத்து அம்மக்களுக்கான முறையான வழிவகைகளைச் செயல்படுத்த முடியாமல் போக நேரிடும்

15. பிற நாட்டைக் கைப்பற்றிய அரசன் தன்னால் அந்நாட்டிற்கான கவனத்தைத் தனிப்பட்ட முறையில் தர இயலாமல் போனால், தன் நாட்டு மக்களை வெற்றிபெற்ற நாட்டில் குழுக்களாகத் தக்க வைக்கலாம். இந்தமுறையைக் கையாளும் போது இரு நாட்டு மக்களும் ஒன்றிணைய குறைந்த அளவு துன்பத்திற்கே ஆட்படவேண்டியிருக்கும். இதன்மூலம் இரு நாட்டையும் ஒன்றிணைக்கும் முயற்சியில் வெற்றி வாய்ப்புகள் உருவாகும்

16. அவ்வாறு நிறுவப்பட்ட குழுவுடன் தன்படை வீரர்களைச் சேர்த்து அமர்த்தினால் படைக்குத் தேவையான நிறுவாகச்செலவுகள் அந்நாட்டை வென்றதற்கான பயன்களை ஆகியவற்றை முழுமையாகப் பெற முடியாத நிலை உருவாகலாம்

17. மேற்கூறிய வழிமுறைகளை வெற்றிபெற்ற நாட்டை ஆள்வதற்குக் கையாண்டாலும் அவ்வரசன் தன்னையே அந்நாட்டின் தலைவனாக நியமித்துத் தன்னைச் சுற்றி இருக்கும் சக்தியில் குறைவான தோழமை நாடுகளை ஒருங்கிணைத்து ஒன்றுபட்டுச் செயலாற்றும்பொழுது தன்னை விட வலிமையான தோழமை நாடுகளுடன் தயங்காமல் தான் பெற்ற வெற்றியால் ஏற்படும் பயன்களைப் பகிர்ந்து ஆட்சியைக் காத்துக் கொள்ள இயலும்.

4

எதிர்ப்பில்லா வெற்றி

4 எதிர்ப்பில்லா வெற்றி

1. வெற்றி பெற்ற அரசன் வெற்றியடைந்த நாட்டைத் தன் நேர்க் கட்டுப்பாட்டில் இயங்கவோ அல்லது தன்னால் தேர்ந்தெடுக்கப்பட்ட அமைச்சரின் கட்டுப்பாட்டில் இயங்கவோ ஆணையிடலாம்

2. ஆட்சியின் மீது மக்கள் கொண்ட நம்பிக்கையானது தளர்த்த முடியாததாய் அமைவது அம்மன்னனின் ஆளுமைத்திறன் மற்றும் மக்களைப் பாதுகாக்கும் முறைகளின் அடிப்படையில் அமைகிறது

5

தன்னாட்சி

5 தன்னாட்சி

- சுய ஆட்சியின் கீழ் இயங்கும் நாட்டை வென்று கைப்பற்றிய பிறகு அந்நாட்டை ஆளும் முறைகள்:

  1. அந்நாட்டை முற்றிலும் அழித்துத் தன் கட்டுப்பாட்டில் கொண்டு வருவது

  2. அந்நாட்டிலேயே தங்கி ஆட்சி புரிவது

  3. அந்நாட்டில் தன் கட்டுப்பாட்டில் இயங்கும் குழுவை அங்கு நிலை நிறுத்தி அதன் கட்டுப்பாட்டில் தன் ஆட்சியைப்புரிவது

மூன்றாவதாகக் கூறப்பட்ட அடிப்படையில் ஆளும் அரசன் அமைதியை நிலைநாட்டி மிக எளிதாக ஆட்சி புரிய இயலும்

6

திறனால்
பெறப்படும்
ஆட்சி

6 திறனால் பெறப்படும் ஆட்சி

1. அரச குடும்பம் அல்லது அதைச் சார்ந்து பெறப்படும் ஆட்சி தவிர்த்துப் பெறப்படும் ஆட்சி, திறனின் அடிப்படையில் அமைகிறது

2. திறனால் ஏற்படும் ஆட்சி பெரும்பாலும் தனக்கு முந்தைய தலைமுறையினரின் அல்லது வெற்றியுடன் ஆட்சி புரிந்தவரின் வழிமுறைகளைப் பின்பற்றி நடத்தப்படுகிறது

3. அப்படி நடத்தப்படும் ஆட்சி முற்றிலும் முந்தைய ஆட்சியைப் பின்பற்ற முடியாமல் தடம் கவிழ்ந்தமைக்குப் உதாரணங்கள் பல உள்ளன

4. ஆனால் தன்னை நிலைநிறுத்திக் கொண்டு செயல்பட்டாலும் முந்தைய ஆட்சியில் ஏற்றுப் பெறப்பட்ட அதிகாரத்தையும் ஆளுமைத்தன்மையையும் வெளிப்படுத்த முடியாமல் போவதும் உண்டு

5. தெளிந்த சித்தம் பொருந்திய அரசர் முந்தையரின் வழிநடந்து, அவர் எட்டிய இலக்குகளை அறிந்து, தனக்கான எல்லைகளின் கொள்கைகளை வகுத்துக்கொண்டு, அவர் எய்திய இலக்குகளுக்கான முயற்சிகளை முன்னெடுப்பர்

6. தன் திறனின் அடிப்படையில் அவர் எவ்விதமான மாற்றங்களைக் காலத்திற்கேற்ப முடிவெடுக்க வேண்டும் என்பதை அறிந்து தன் இலக்குகளுக்கான முயற்சிகளை முன்னெடுப்பர்

7. அதன் மூலம் தனக்குரிய இலக்குகளை எட்டவில்லை எனினும் அம்முயற்சியின் பாதைகளைக் கட்டுப்படுத்தும் திறனைப் பெற்றிருப்பர்

8. திறனால் பெறப்படும் ஆட்சியைத் தக்க வைத்துக் கொள்வதில் சில தடைகள், இன்னல்கள் நேரிடலாம். அவரின் திறன் மற்றும் ஊழின் அடிப்படையில் அவ்வினைகளைத் தவிர்க்க இயலும்.

9. ஆட்சியைத் தக்க வைத்துக் கொள்வதில் உள்ள இன்னல்களை ஊழின் அடிப்படையில் அணுகுவதை விட, திறனில் நம்பிக்கை கொண்டு அம்முயற்சியில் வெற்றி பெறுவதற்கு அந்நாட்டில் தங்குவர்.

7

அதிர்ஷ்டத்தால் பெறப்படும் ஆட்சி

7 அதிர்ஷ்டத்தால் பெறப்படும் ஆட்சி

1. அதிர்ஷ்டத்தால் பெறப்படும் ஆட்சி மக்களுக்கான நிலையான ஆட்சியாய் அமையாது

2. அப்படிப்பட்ட ஆட்சி கடைக்கால் இல்லாமல் எழுப்பப்பட்ட கட்டிடத்திற்குச் சமமானதாகும்

3. அதிர்ஷ்டத்தால் ஆட்சியைக் கைப்பற்றுபவர், அதிகாரத்தின் வலிமை அதைக்கொண்டு நாட்டையும் மக்களையும் வழிநடத்தும் திறன் இவற்றைப் பற்றி அதிகம் சிந்திக்கத் தவறி அவர் ஆட்சியைத் தக்க வைத்துக் கொள்வதில் மட்டுமே கவனத்தைச் செலுத்துவர்

4. மக்களுக்கான திட்டங்கள், அவர் முன்னெடுக்கும் ஆட்சியின் சிறப்பு, அவர் முந்தையரின் பெருமைகள் அகியவற்றைப்பற்றி ஆழ்ந்து சிந்தித்து உணர்ந்து செயலாற்றத் தவறுவர்

5. அதிர்ஷ்டத்தால் கைப்பற்றப்பட்ட ஆட்சியை வழிநடத்திச் செல்லும் ஒருவர் அப்பொறுப்புக்கான ஆயத்தப் பணிகளை மேற்கொண்டிருப்பின் அப்பணியின் வலிமையை உணர்ந்து செயலாற்றத் தவறுவர்

6. அப்படிச் செயலாற்றியும், மக்களுக்கான நண்னடத்தைகளை முன்னெடுத்தும் ஆட்சி புரிபவர் தமது தோழமை நாட்டிற்கான உறவுகளை வலிமைப்படுத்துவதில் கவனம் தவறுவது அரிதல்ல. அது அவர் தனித்துச் சிந்தித்துச் செயலாற்ற முற்படும் முயற்சியின் அடிப்படையில் இருந்து உருவாகிறது

7. அதிர்ஷ்டத்தால் ஆட்சியைக் கைப்பற்றுபவர் பெரும்பாலும் கடுமையான பயிற்சிகளை கடுமையான சூழ்நிலைகளைச் சந்திப்பதில்லை

8. அவர் எழுச்சி, காற்றால் துன்பம் இல்லாமல் பூமியில் எழுந்த காகிதத்தைப் போல மேல்நோக்கி எழும்பி, காற்றில்லாமல் போனால் எப்படி அந்தக் காகிதம் மேலேயே காத்திருக்க முடியாதோ அதுபோல ஆட்சியைத் தக்கவைத்துக் கொள்வதில் பல இடர்ப்பாடுகளைச் சந்தித்து அவ்வாட்சிக்கான அதிகாரத்தை இழக்க நேரிடும்

8

குற்றங்களால் பெறப்படும் ஆட்சி

8 குற்றங்களால் பெறப்படும் ஆட்சி

- குற்றங்களை மிகைப்படுத்துவது படைப்பின் நோக்கம் அன்று.

1. வரலாற்றில், ஆட்சி குற்றங்களின் மூலம் நிறுவப்பட்டுருக்கிறது என்னும் உண்மையைத் தவிர்த்து விட்டு ஆட்சி அமைப்பின் தன்மைகளைப் பற்றிப் பின்னூட்டத்திற்கும், கருத்துரைக்கும் உட்படுத்தாமல் தவிர்க்க வேண்டிய தேவை எதுவுமில்லை.

2. சமூகத்தின் பார்வையில், வரலாற்றின் ஆய்வில் குற்றங்களாக அறியப்படும் நிகழ்வுகளின் மூலம் ஆட்சி அமையப் பெற்றுள்ளது. அவ்விதமான ஆட்சி, அமைப்பின் அடிப்படை, தனிமனிதத் துணிச்சல், ஆட்சி அதிகாரத்திற்கான வேட்கை, துரோகம், பாவபுண்ணிய கணக்குளுக்குக் கட்டுப்படாத மனதின் இருண்டநிலையில் எடுக்கப்பட்ட முடிவுகளின் விளைவாக ஏற்பட்டதாகும்.

3. இவ்வித ஆட்சிமுறைகள் அம்மனிதர்களின் காலத்தோடு முடிவுக்கு வரும் என்னும் தன்மையை வரலாற்று ஆவணங்கள் உறுதிப்படுத்துகின்றன

9

மக்களாட்சி

9 மக்களாட்சி

1. இதுவரை தலைமுறை அரசியல், தனித்திறமை, சூட்சம அறிவு, அதிர்ஷ்டம் போன்றவற்றின் மூலம் பெறப்படும் ஆட்சி முறைகளைப் பற்றி நன்கு அறிந்தோம்.

2. இனி, நாட்டு மக்கள் அல்லது சிறிய குழுக்களால் தேர்ந்தெடுக்கப்படும் ஆட்சி அமைப்பின் நெளிவு-சுளிவுகளைப் பற்றி அறிவோம்.

3. மக்களின் நாயகனாக ஒருவன் ஆட்சி அதிகாரத்தை ஏற்பதற்கு மக்களின் எழுச்சி அடிப்படைக் காரணமாகிறது.

4. மக்கள் எழுச்சியின் வலிமையை அடக்க முடியாத அதிகாரத்தை இயக்கும் குழுவினர், மக்களின் ஒரு நாயகனை அரசனாய்த் தேர்ந்தெடுத்து ஆட்சிப்பொறுப்பை நடத்த முற்படுவர்

5. அல்லது அதிகாரத்தைக் கட்டுப்படுத்தும் குழுவின் கட்டுப்பாட்டில் இயங்கும் அரசனைத் தளர்த்த மக்கள் தம்மில் திறன் பொருத்திய ஒருவரைக் கொண்டு அரசமைப்பர்

6. அதிகாரத்தைக் கட்டுப்படுத்தும் குழுவினரை முழுமையாக மனநிறைவடையச் செய்தாலும், அந்த அரசனால் மக்களை அடிப்படைக் குறையின்றி வழிநடத்த இயலும்.

7. மேற்கூறிய எவ்விதமானமுறைகளில் ஆட்சி அமைத்து முன்னெடுத்துச் சென்றாலும், அதிகாரத்தைக் கட்டுப்படுத்தும் குழுவினரின் கோரிக்கைகளை முற்றிலும் நிராகரித்து விட்டு, மக்களுக்கான நலத்திட்டங்களைச் செயலாக்க முடியாமல் மக்களுக்கும், தன் ஆட்சிக்கும் இன்னல்களை உருவாக்க நேரிடலாம்.

10

ஆட்சியின் மதிப்பீடு

10 ஆட்சியின் மதிப்பீடு

1. அரசன் தன்னை நிலைநிறுத்திக் கொண்டுள்ளான் என்பதைத் தன்னையும் தன் ஆட்சியையும் தற்காத்துக் கொள்ளும் கட்டமைப்பிலிருந்து இருந்து உணர முடியும்.

2. தன் ஆட்சியை நிலைபெறச் செய்யப் பிறர் துணையை நாடும் போது ஆட்சி அதிகாரத்தை இழக்க நேரிடலாம்.

3. தன்பால் கொண்ட நன் மதிப்பைக் காக்கும் வண்ணம் தன் ஆட்சியின் கட்டமைப்புகளை உருவாக்கி, அவற்றைத் தன் கட்டுப்பாட்டுக்குள் வைத்துக்கொண்டு தன் அதிகாரத்தின் கீழ் செயல்பட்டால், மக்களைக் காக்கும் பொறுப்பில் வெற்றி அடைவார்

4. மக்களின் நன்மதிப்பை, தன் ஆட்சியின் மேல் அவர்கள் கொண்டுள்ள நம்பிக்கையை நிறுவுவது மிக அவசியமானது

5. ஆட்சியைக் கைப்பற்ற எதிரிகளின் அறிகுறிகளை உணர்ந்தால், ஆட்சியை நிலைநிறுத்த மக்களுக்கு ஆட்சியின் மேல் உள்ள நம்பிக்கை மிக இன்றியமையாததாகிவிடும்.

6. ஆட்சியின் செயல்பாட்டிற்குத் துணை நிற்பது, மக்களின் நன்மதிப்பும் அவர்தம் உற்சாகமுமேயாகும்.

11

மதத்தின் அடிப்படையில் ஆட்சி

11 மதத்தின் அடிப்படையில் ஆட்சி

1. மதத்தின் அடிப்படையைக் காரணிகளாக்கி நிறுவப்படும் ஆட்சிமுறை எவராலும் தகர்க்க முடியாமல் பல காலம் நீடித்து நிற்கும் வலிமை உடையது

2. எந்த ஒர் ஆளுமையோ தனித்திறமையோ, மன்னர் தலைமுறையின் வழிகாட்டுதலோ இல்லாமல் மக்களின் நம்பிக்கையின் அடிப்படையில் அமையப் பெறும் ஆட்சி என்பதன் மூலம் அது நிலைத்து நிற்கும் தன்மையைப் பெற்று விடுகிறது

3. எல்லாக்காலத்திலும் அது தன்னை நிலைநிறுத்திக் கொள்ளும் என்பதற்கு உரிய உறுதியான தரவுகள் இல்லாத நிலை உருவாதற்குக் காரணம் அதை வழிநடத்திச் செல்லும் மகத்தலைவரின் தனி மனித ஒழுக்கச் சீர்கேடுகள் காரணங்களாவதும் உண்டு.

4. பொருளாதாரம், மக்களின் நம்பிக்கை, பழக்க வழக்கங்கள், வாழ்வியல் கோட்பாடுகள், தனி மனித ஒழுக்க நெறிகளில் ஏற்படும் மாற்றம், அந்நியரின் தாக்குதல் போன்ற பல்வேறு காரணங்கள் இந்த ஆட்சியமைப்பின் கட்டுப்பாட்டின் வலிமையை இழக்கச் செய்யும்.

12

நாட்டின் பாதுகாப்பு

I

12 நாட்டின் பாதுகாப்பு

1. அரசன் நாட்டைத் தற்காத்துக்கொள்ளத் தகுதியான படையமைப்பு முறைகளைக் கையாள வேண்டும்

2. அது தன்னால் நிறுவப்பட்ட படையாகவோ, பணியாட்களின் மூலம் செயல்படும் படையாகவோ, தான் நட்பு பாராட்டும் நாட்டின் உதவியால் அனுப்பப்பட்ட படையாகவோ அமையலாம்

3. கூலிப்படை, பிற நாட்டிலிருந்து வந்த வீரர்கள்மூலம் அமையப்பெறும் படைகளிடம் நம்பிக்கைத் தன்மை குறைவாகக் காணப்படும்

4. கூலிப்படை திறமையற்று இருந்தால் அவரின் திறமையை அரசனின் செலவில் வளர்த்துக் கொள்வர், அப்படையின் திறனைக் கொண்டு அரசனுக்கும் நாட்டுக்கும் அழிவை ஏற்படுத்தலாம்

5. ஒரு நாடு தன் மக்களைக் கொண்டு நிறுவப்படும் படையின் மூலமே வலிமையாகத் தற்காத்துக்கொள்ள முடியும்

6. தற்காத்துக் கொள்ளும் திறன் படைத்த அரசனின் கீழ் இயங்கும் ஆட்சியில் வாழும் மக்களே சுதந்திரமாக வாழ முடியும்

13

நாட்டின் பாதுகாப்பு

உ

13 நாட்டின் பாதுகாப்பு 2

1. தன் நாட்டின் படையின் வலிமையைக் கூட்டாமல் பிறர் உதவியை நாடிப் போர்க்களம் புகும் ஓர் அரசன், தான் கொண்ட வெற்றியால் பெரிதும் மகிழ்ந்து விட முடியாது

2. அவர் பிற நாட்டிலிருந்து வந்த வீரரின் வலிமையைக் கொண்டு வெற்றி அடைவது மிகப் பெருமைக்குரியதாக வரலாற்றில் கருதப்படமாட்டாது

3. மிகக் கவனத்தில் கொள்ள வேண்டியது என்னவென்றால் கூலிப்படையினர் ஒரு தலைவனின் கீழ் ஒருங்கிணைய மாட்டார்கள்

4. ஆனால் பிற நாட்டிலிருந்து வந்த படை அந்நாட்டு மன்னனிடம் ஒருங்கிணைவதைத் தவிர்க்க முடியாது

5. அது ஆபத்தான சூழ்நிலையை உருவாக்கும் என்பதைக் கருத்தாய்விற்கு உட்படுத்துவது அவசியம்

போர்க்கலைத் தத்துவங்கள், போரிடும் முறைகள்
அறிதல் அரசனுக்கு மிக இன்றியமையாதது

14

போர்க்கலை

14 போர்க்கலை

1. போர்க்கலை பற்றி அறிதல் ஓர் அரசின் தலையான இலக்காக இருத்தல் வேண்டும்.

2. போர்க்கலைத் தத்துவங்கள், போரிடும் முறைகள் பற்றி நன்கு அறிதல் ஒரு அரசனுக்கு மிக இன்றியமையாதது

3. அந்த அறிவு அரசனின் ஆட்சி நிலைபேற்றிற்கு உதவும் மற்றும் தனக்கான உள்நாட்டு எதிரிகளை உருவாக்காமல் இருக்கவும் உறுதுணையாகும்.

4. ஆயுதம், தற்காக்கும் கலை அறிந்த ஒருவன் அதை அறியாத ஒரு அரசனை மதித்து கீழ்ப்படிந்து நடப்பான் என எதிர்பார்ப்பது அறிவீனத்தின் உச்சம், அப்படிப்பட்ட சூழ்நிலை அரிதிலும் அரிது.

5. போர்க்கலை பற்றி அறியாத தன்னிடம், தன் உத்தரவுக்கும் தன் ஆணைக்கும் தன் படை அடிபணியும் என்று நினைப்பது இயல்புக்கு முரணான எதிர்பார்ப்பு.

6. போர்க்கலை பற்றி அறியாத ஓர் அரசன் தன் படை வீரருடன் நெருங்கிப் பணியாற்ற இயலாது

7. போரின்றி அமைதியான சூழ்நிலையில் அரசன் போர்க்கலை பற்றி அறிவது, அதைப் பற்றிச் சிந்திப்பது ஆகியன இன்றியமையாதன

8. வேட்டை மிக உறுதியான உடலையும் விழிப்புணர்வு உடைய மனதையும் உருவாக்க உதவும்

9. அப்பயிற்சியை மேற்கொள்வது, தன் நாட்டின் நிலப்பரப்பைப் பற்றி நன்கு அறிய உதவும்

10. அரசன் தன் நிலப்பரப்பைச் சரியாகப் புரிந்து வைத்திருக்கும் சூழ்நிலையில் அதை எப்படிப் பயன்படுத்துவது என்பதைப் பற்றிச் சிந்திப்பதும் இன்றியமையாதது

15

அரசப் பண்புகள்

15 அரசப் பண்புகள்

1. “மன்னன் எவ்வழி மக்கள் அவ்வழி” என்பதை நன்கு அறிவோம் ஆனால் மன்னன் தன் ஆட்சியைக் காத்துக்கொள்ள மக்களின் வாழ்வைச் சீராக நடத்திடல் வேண்டும் என்னும் மிக முக்கியமான குறிக்கோளும் இலக்கும் கவனத்தை விட்டு விலகாமல் இருத்தல் மிக அவசியம்.

2. நன்னெறிகளைப் பின்பற்ற வேண்டும் என்பது மிக மிக அவசியமானது. நடுநிலை தவறாமல் வாழ வேண்டும் என்பதும் மறுக்க முடியாதது, ஆனால் ஆட்சி அதிகாரத்திற்கான வேட்கையை மனித மனம் தேடிக் கொண்டிருக்கிறது, தன்னைச் சுற்றியுள்ள சுற்றத்தின் நோக்கம் எப்போதும் ஒன்றிணைந்து மக்கள் பணியைச் சீராக நடத்த வேண்டும் என்பதாக இருக்காது என்பதையும் உணர்தல் வேண்டும்.

3. அரசன், நல்லவனாக வாழ்ந்து உதாரணமாக இருப்பது எவ்வளவு அவசியமோ, அல்லவராயின் அவரைக் களைய நல்லதாக உணரப்படாத வழிகளை மட்டுமே வாக்கியும் பொருட்டில் அதைத் துணையாகக் கொள்வது அரசனுக்குத் தவிர்க்க முடியாதது.

4. அரசன் நேர்கோட்டுப் பார்வைச் சிந்தனை உடையவனாக மட்டுமே வாழ வேண்டும் என்னும் நூல் கூறும் சிந்தனையைத் தவிர்த்துச் செயல்புரிய வேண்டிய கட்டாயம் வரின் அதைச் சூழ்நிலைக்கு ஏற்ப முன்னெடுப்பது அவசியமானது.

5. அரசன் விரும்பப்பட வேண்டியவன் மட்டுமல்லன் மதிக்கப்பட வேண்டியவனும் சில சூழ்நிலைகளில் அஞ்சப்பட வேண்டியவனும் ஆவான் என்பதை மக்களுக்கும் சுற்றத்திற்கும் உணர்த்தல் வேண்டும்.

16

புகழும் தூற்றலும்

16 புகழும் தூற்றலும்

1. அரசன் தான் கருணைமிக்கவனாக மக்கள் மனதில் உருவகப்படுத்த அதிகம் செலவு (சக்தி, பொருள்) செய்ய வேண்டும், அந்தப் பிம்பம் எப்போதும் பயனளிக்காது

2. அந்தப் பிம்பத்தைத் காத்துக் கொள்ள அதிக வரி விதிக்கும் நிலை உருவாகலாம்

3. அதனால் பெரும்பான்மையான மக்கள் துன்பத்தையும் மிகக்குறைந்த அளவு மக்கள் நன்மையையும் அடைய நேரிடும்.

4. இதனால் அந்த அரசன் தன் சுற்றத்தின் வெறுப்பை ஈட்டுவான்

5. தான் பொருளற்று இருப்பவன் என்பதின் மூலம் எந்த நன்மதிப்பும் உண்டாவதில்லை, அதலால் அரசன் தன் செலவுகளைக் குறைத்து, கட்டுப்படுத்தி, ஆட்சியைக் காத்துக்கொள்வது சிறந்தது

6. அரசன் தன் உடைமைகளைக் கொண்டு கருணை காட்டுவது ஏற்புடைத்தாகும் ஆனால் பிறரின் பொருட்களைக் கொண்டு கருணை காட்டினால் அது அவனுடைய பொறுப்பற்ற தன்மையை வெளிப்படுத்தும்

17

கருணை

17 கருணை

1. அரசன் தான் கருணை உடையவனாக அறியப்பட வேண்டும் என்னும் வேட்கை பெரும்பாலும் அறியப்பட்டதே

2. ஆனால் கருணை காட்டுவதைத் தன் மக்களும் சுற்றத்தினரும் தவறாகப் பயன்படுத்தக் கூடாது என்ற எண்ணத்தை அரசன் கொண்டிருத்தல் வேண்டும்

3. அரசன் தான் கொடுமையானவன் என்று அழைக்கப்படுவோம் அல்லது வரலாற்றில் அப்படி அறியப்படுவோம் என்பதையும் எண்ணி அஞ்சாமல் செயல்புரிய வேண்டும். தன் அரசின் கட்டுப்பாடுகளை அவ்வாறு அமைத்திட வேண்டும்

4. புதிதாக அமையப்பெறும் ஆட்சி சில காலங்களுக்கு வன்மையாகக் காட்சியளிப்பதில் எந்தத் தவறும் இல்லை

5. அதனை ஆட்சியின் நிலையற்ற தன்மையைத் தவிர்ப்பதற்காக நிறுவப்படும் தற்காலிக யுத்தியாகப் பயன்படுத்தலாம்

6. அந்தப் போக்கை அதிகம் பயன்படுத்துவதைத் தவிர்ப்பதில் கவனம் கொள்ள வேண்டும்

7. அரசன், விரும்பப்பட்டும் அச்சத்துடன் அணுக வேண்டியவர் என்னும் நிலையை உருவாக்க முடியவில்லை என்றாலும் அணுகுவதில் அச்சப்பட வேண்டும் என்னும் செயல்முறைகளைக் கையாள வேண்டும்

8. அன்பு மட்டுமே ஆயுதம் ஆகாது, சுற்றத்தினர் பெரும்பாலும் அச்சமும் பொறாமையும் கொண்டவர்கள்

9. அரசன் அவர்களுக்கு நன்மை அளிக்கும் பணிகளை வகுத்து, செயல்களுக்கு ஆணையிடும் நிலையில் அவர்கள் அரசனைப் பின்தொடர்வார்கள் இல்லை எனில் அரசனை விட்டு விலகுவார்கள்

10. தண்டனையையும் சன்மானங்களையும் சரியான அளவில் மதிப்பளித்து அரசன் பயன்படுத்த வேண்டும்

11. தண்டனையைச் சரியாகக் கையாளும்போது தன்னை நம்பிய சுற்றத்தின் பயன்களைக் காத்து ஆட்சியை நெறியுடன் செயலாற்ற இயலும்

12. தந்தையின் இழப்பை மறக்கும் மக்கள் தந்தையின் வழி வரும் செல்வத்தின் பயனை மறப்பது எளிதன்று

17 கருணை

13. பயனுடைய செயல்களைச் செய்து மக்களுக்கு நன்மை பயக்கும் அரசனின் ஆட்சி நிலைபெற்றுப் புகழ் பெறும்

14. மக்கள் அரசன் மீது தங்கள் விருப்பத்தின்படி அன்பு செலுத்துவர் ஆனால் மன்னனின் கட்டளையின் மூலம் அச்சம் கொள்வர் அதை ஆயுதமாக்குவது அரசின் கட்டுப்பாட்டில் உள்ளது

18

அரசன் வாக்கு

18 அரசன் வாக்கு

பனுவல் மரபுகளுக்கு அப்பாற்பட்ட சில கருத்துக்களை இந்தப் பகுதி பகிர்ந்தாலும் அவற்றில் உள்ள உண்மைகளை ஆராய்வது மிக அவசியம்.

1. அரசன் நின்ற சொல்லனாய் வாழ வேண்டும், வழிகாட்ட வேண்டும் என்பது சொல்லப்படாத, எழுதப்படாத விதி.

2. ஆனால் அதை அரசன் எல்லாத் தருணங்களிலும் கடைப்பிடிப்பது கடினம்.

3. தன் ஆட்சிக்கு இன்னல் ஏற்படும் என்னும் சமயத்தில் தற்காத்துக் கொள்ள சட்டத்தை எதிர்த்துப் போராட வேண்டிய தேவை உருவாகும்.

4. அரசன் நரியைப் போலத் தந்திரமாகவும் சிங்கத்தைப் போல வலிமையாகவும் இருத்தல் வேண்டும்

5. எல்லா நேரத்திலும் அரசனால் தான் கொடுத்த வாக்கை நிறைவேற்ற முடியாது என்பதை மக்கள் உணர்ந்து இருப்பது தன் ஆட்சிமேல் உள்ள நம்பிக்கையைச் சீர்குலைக்கும், தன் மேல் களங்கம் விளையும் என்று அறிந்த அரசன் தேவையின் பொறுத்துத் தன் செயலின் திசையை மாற்ற வேண்டும்.

6. தர்மத்தின் வழி நடப்பது, வாய்மையைப் போற்றுவது என்பன அரசின் பண்புகளாக இருப்பினும் அரசன் அதற்கு எதிர்மறையாகச் செயல்படத் தயங்கக் கூடாது.

7. அரசனின் வெற்றியைக் கொண்டே மக்களால் அவர் கொண்டாடப் படுகிறார்.

8. தன் வெற்றியைத் தற்காத்துக் கொள்வதும் அதன் மூலம் தன் ஆட்சியை நிலைபெறச் செய்வதும் ஒரு மன்னனின் மிக அவசியமான குணமாகும்

9. வெற்றியடைந்த அரசன் மட்டுமே போற்றப்படுவான், தோல்வியடைந்த முயற்சிகள் போற்றப்படுவதில்லை.

19

வெறுப்பின் காரணிகள்

19 வெறுப்பின் காரணிகள்

1. ஓர் அரசன் மக்களால் வெறுக்கப்படுவதைத் தவிர்க்க வேண்டும்

2. மக்களின் சொத்தையும், பெண்களையும் அபகரித்துக் கொள்வது அவனை வெறுக்க வைக்கும்

3. அரசன், அற்பமான, தீர்மானமற்ற, திறமையற்றவனாக இருப்பதை மக்கள் வெறுப்பர்.

4. அரசன் அனைத்துச் செயல்களிலும் தீவிரம், வலிமை, மற்றும் உறுதியான தன்மையைக் காட்ட வேண்டும்

5. மக்களால் விரும்பப்படும் அரசனைக் கொல்வது மக்களிடம் வெறுப்பை உண்டாக்கும் என்பது அரசனின் பாதுகாப்புக் கவசமாகும்

6. அரசனைக் கொல்வதற்குச் சதிச் செயலில் ஈடுபடுபவர்கள் இதைப்பற்றி இருமுறை சிந்திப்பார்கள்

7. நன்னெறியாளர்களாக அறியப்படுபவரிடம் நன்மதிப்பைப் பெறுதல் ஓர் அரசனுக்கு மிக அவசியம். அது மக்களிடம் அரசனைப் பற்றிய வெறுப்பை உண்டாக்காமல் காக்கும் தடுப்பாகும்

20

அதிகாரப் பாதுகாப்பு

20 அதிகாரப் பாதுகாப்பு

1. அரசர்கள் அதிகாரத்தைத் தக்கவைக்க பல்வேறு முயற்சிகளைக் கையாண்டுள்ளனர்:

- மக்களை நிராயுதபாணியாளர்களாக ஆக்குதல்
- மக்களைப் பிரிவுகளாகப் பிரித்தல்
- எதிரிகளை ஊக்குவித்தல்
- சந்தேகத்திற்குரியவர்களை வெல்லுதல்
- புதிய கோட்டைகளை உருவாக்குதல் மற்றும் கோட்டைகளை இடித்தல்

2. புதிய அரசர்கள் தங்கள் குடிமக்களை நிராயுதபாணியாளர்களாக ஆக்குதல் கூடாது, ஏனென்றால் மக்கள் அவரை வெறுப்பார்கள், மேலும் அவர் கூலிப்படையை வேலைக்கு அமர்த்த வேண்டிய கட்டாயம் ஏற்படும்.

3. பிரிவுகளை உருவாக்குவது ஒரு மாநிலத்தைக் கட்டுப்படுத்துவதற்கான ஒரு சிறந்த வழியாகும் என்பது வழக்கமான யுக்தி. ஆட்சி மிகவும் நிலையானதாக இருக்கும்போது இது உண்மையாக இருக்கலாம். அழகிய நகரங்கள் படையெடுப்பாளர்களால் அச்சுறுத்தப்படும்போது விரைவாக ஆட்சி இதனால் வீழ்ச்சியடையும்.

4. ஆட்சியாளர்கள் கடினமான சூழ்நிலைகளை எதிர்கொள்வதின் மூலம் தங்களின் புகழைக் கூட்டியுள்ளனர், தனது எதிரிகளை இரகசியமாக ஊக்குவிக்க வேண்டும் என்று சிலர் நம்புகிறார்கள், அதனால் அவர்களை வெல்லும்போது, அரசர்கள் நற்பெயரடைவரென்று சிந்திப்பது முற்றிலும் உண்மையில்லை.

5. சந்தேகத்திற்குரியவர்களாக உணரப்படுபவர்கள் பின்பு நம்பிக்கைக்கு உரியவர்களாக மாறுவது ஆச்சரியமன்று; அது அரசரிடம் நம்பிக்கை ஏற்படுத்துவதற்குக் காட்டும் ஆர்வத்தின் வெளிப்படைத் தன்மையினால் உண்டாகும் பிம்பம்.

6. அரசர்கள் பெரும்பாலும் சூழ்ச்சியாளர்கள் மற்றும் திடீர்த் தாக்குதல்களிலிருந்து தங்களைக் காப்பாற்றிக் கொள்வதற்காகக் கோட்டைகளைக் கட்டுகிறார்கள். ஒர் அரசன் வெளிநாட்டுப் படையெடுப்பாளர்களைக் காட்டிலும் விடத் தனது குடிமக்களுக்குப் பயந்தால், அவர் கோட்டைகளைக் கட்ட வேண்டும், இருப்பினும் மக்களால் வெறுக்கப்படக்கூடாது.

21

வெற்றி

21 வெற்றி

1. மாபெரும் வெற்றியைத் தவிர வேறு எதுவும் ஒரு மன்னனுக்குப் புகழைத் தேடித்தராது

2. அப்படிப்பட்ட வெற்றி தரும் மகிழ்ச்சி மக்களைப் பேரானந்தத்தில் முழுகடித்து வேறு எந்தச் சிந்தனைக்கும் திசை திருப்பாது

3. தன் தோழமை நாடுகளினிடையிலோயோ எதிரி நாடுகளினிடையிலோயோ போர் மூண்டால் அரசன் நடுநிலைமை காப்பது பயனளிக்காது

4. அரசின் முடிவு, வெற்றி பெறும் போக்கில் தோழமை நாட்டின் வெகுமானங்களைப் பெற இயலும். போரில் தோல்வியடைந்தால், இழந்த பொருளுக்கு ஏற்ற மதிப்பும் அளிக்கப்படும்

5. சார்பற்ற தன்மை வெற்றியடையும் நாட்டின் பகையையும் தோல்வியடையும் நாட்டின் வெறுப்பையும் வளர்க்கும்

6. எந்த ஒரு முடிவும் எடுக்கபடவில்லையென்றால் தன் நாட்டைவிட அதிக சக்தி வாய்ந்த நாட்டுடன் தொடர்பு இருந்தால், அதன் கட்டுப்பாட்டிற்கு அடிபணியும் நிலை ஏற்படும்

7. அரசன் தன் மக்கள் அவ்வப்போது மகிழ்ச்சியுடன் இருக்க விழாக்களை முன்னெடுக்க வேண்டும். தன் மக்களின் திறமையை ஊக்குவித்துச் சரியான பாராட்டுகளை அளித்திடல் வேண்டும்.

8. அரசன் தன் கவனத்தையும் தன் பங்கேற்பையும் மக்களிடம் எவ்விதத் தயக்கமும் வெறுப்புமின்றி முன்னெடுக்க வேண்டும்

இவை வெற்றியின் வாய்ப்பை அதிகரிக்கும்

22

அமைச்சு

22 அமைச்சு

1. அரசன் தான் அமைச்சர்களைத் தேர்ந்தெடுப்பதில் காட்டும் புத்திசாலித்தனமும் புத்திக்கூர்மையும் மிகக் கவனமாக மக்களால் கண்காணிக்கப்படும் விமர்சிக்கப்படும் என்பதை உணர வேண்டும்

2. அவர் தேர்ந்தெடுக்கும் அமைச்சர்களின் செயல்பாட்டில் அரசின் ஆளுமைத் தன்மை வெளிப்படும் என்பதை உணரவேண்டும்

3. அமைச்சர்களின் செயல் திறமையைத் தெளிவாக ஆராய்ந்து அவர் தரும் ஆலோசனைகளைக் கூர்ந்து கவனித்து அவை மக்களுக்கு நன்மை அளிக்குமா என்பதை அறிந்து முடிவெடுக்க வேண்டும்

4. எல்லா அமைச்சர்களும் புத்திசாலித்தனத்துடன் செயல்படமாட்டார்கள் என்பதை உணர்ந்து அவர் தரும் ஆலோசனைகளைப் பகுத்தாய்ந்து முடிவெடுக்க வேண்டும்

5. அமைச்சர்கள், தங்களைப் பற்றியும் அரசனைப் பற்றியும் அதிகம் சிந்திக்காமல். அமைச்சர்கள், மக்களைப் பற்றிச் சிந்திக்க வேண்டும் என்னும் கட்டளையுடன் செயல் அமர்த்தப்பட வேண்டும்

6. அமைச்சர்கள் அப்படிச் சிந்திக்கத் தவறினால் அவர்களின் முடிவுகளைப் பரிசீலித்து நடைமுறைப்படுத்தும் முறைகளைக் கையாள வேண்டும்

23

ஆலோசனை

23 ஆலோசனை

1. அரசன் ஆலோசனைக் குழுவினரைத் தேர்ந்தெடுக்கும்போது மிகக் கவனத்துடன் அணுக வேண்டும் அவர்களால் மிகத் தெளிவான கருத்துக்களை நேர்மையுடன் அளிக்கும் அமைப்பை உருவாக்கிட வேண்டும். அப்படிப்பட்ட அமைப்பு இல்லை என்றால் மன்னனின் புகழ் பாடும் கூட்டமாக மாறி மக்களுக்கான நன்மைகளைத் தராமல் போகும் வாய்ப்பு உருவாகும்.

2. அது அரசனுக்குத் தேவைப்படும் நேரத்தில் மிக முக்கியமான யோசனைகளைத் துல்லியமாக வழங்குதல் வேண்டும், மன்னன் கேட்கும்போது அவர் கவனத்திற்கு எடுத்துச் செல்ல வேண்டிய முக்கிய தருணங்களிலும் எடுத்துரைக்கும்படி அமைச்சும் ஆலோசனைக் குழுவும் அமைத்திடல் வேண்டும்

3. அரசன் தனக்குத் தரப்படும் ஆலோசனைகளைத் தகுந்த ஆதாரங்களுடனும், புத்திக்கூர்மையுடனும் அணுகி, முடிவுகளை எடுக்கவேண்டும். எடுக்கும் முடிவில் சிறந்த உறுதி காட்ட வேண்டும்

4. திறமை படைத்த அமைச்சும் ஆலோசனைக் குழுவும் ஒன்றிணைந்தால் மக்கள் பெறும் நன்மைகள் ஏராளம். அது அரசன் தான் தேர்ந்தெடுக்கும் குழுவின் வடிவத்தைப் பொறுத்து அமைகிறது

23 ஆலோசனை

5. திறமை குன்றிய அரசனால் முரண்பட்ட ஆலோசனைகளை, அமைச்கங்களின் செயல்பாட்டைக் கட்டுப்படுத்த இயலாது

6. ஒவ்வொரு அமைச்சகமும் தன் செயல்களுக்கான வடிவத்தை முன்னெடுக்கும் ஆனால் அதன் விளைவுகளை ஆராய்ந்து மக்களுக்கான நலத்திட்டங்களை முடிவெடுப்பது அரசனின் கடமையாகும்

7. அரசன் விதிக்கும் கட்டுப்பாட்டில்தான் அமைச்சகங்கள் ஒன்றுபடும். ஒன்றிணைவது அவர்களின் நோக்கமும் அல்ல, இயல்பும் அல்ல.

24

கட்டுப்பாடு

24 கட்டுப்பாடு

1. அரசின் கட்டுப்பாட்டில் இயங்கும் படையை நம்புவது தலைசிறந்த தற்காக்கும் யுக்தியாகும்.

2. தன் கட்டுப்பாட்டில் இயங்கும் அதிகாரத்தைக் கட்டுப்படுத்த முடியாமல் துரதிர்ஷ்டத்தைக் காரணமாக்குவது சிறந்த அணுகுமுறையன்று என்பது பொது அறிவுக்கு உட்பட்டது, ஆனால் பல மன்னர்கள் தங்கள் ஆட்சியையும் நன்மதிப்பையும் பெரும்பாலும் இப்படியே இழந்துள்ளனர்.

3. சோம்பலை முறிக்காமல், செயல்களை முன்னெடுக்காமல் , காலம் கைகொடுக்கவில்லை என்னும் மூடநம்பிக்கையின் பின்தொடர்வதைத் தடுக்க வேண்டும்.

4. மேற்கூறிய பல தத்துவ நிலைகளைப் பின் தொடர்ந்தால் மன்னன் மேல் உள்ள நம்பிக்கை குறையாமல் எந்த ஒரு மாற்றத்தையும் எதிர்பாராமல் மக்கள் அரசனைப் பின்தொடர்வர்.

25

செயல்

25 செயல்

1. காலத்திற்கு ஏற்பச் செயல்படத்தவறுவது, அதிர்ஷ்டத்தை எதிர்பார்த்துக் காத்துக்கொண்டிருப்பது அகிய இவை இரண்டும் மன்னனின் ஆளுமை இன்மையையும் நம்பிக்கை இன்மையையும் வெளிப்படுத்தும்

2. காலத்திற்கு ஏற்பச் செயல்பட்டும், தன் இலக்குக்கான வெற்றியை எய்தாமல் போவதற்கு முன்னெடுக்கும் முயற்சியின் பாதையும் காரணமாவதுண்டு

3. வெற்றி அடைவதற்கு அதிர்ஷ்டம் ஒரு பங்கும், முன்னெடுக்கும் முயற்சியின் பாதையில் கட்டுப்படுத்தும் திறன் ஒருபங்கும் காரணங்களாகும்

4. முன்னெடுக்கும் முயற்சியில் கிடைக்கும் அனுபவத்திற்கு ஏற்ப தன் செயல்களின் வடிவங்களை, முடிவுகளை மாற்றிக் கொள்வதின் அவசியத்தை உணர்ந்து செயலாற்றினால் வெற்றி உறுதி செய்யப்படும்

5. மாற்றத்திற்கான மனநிலையைப் பெற்றிருந்த போதே அரசர்கள் தாம் கொண்ட வெற்றியைத் தக்கவைத்துக் கொண்டுள்ளனர்

6. வெற்றியைத் தக்க வைத்துக் கொள்வதின் மூலமே மக்களின் நன்மதிப்பைப் பெற்று ஆட்சியை நிலைபெறச் செய்ய முடியும்.

புதிதாக ஏற்கப்படும் ஆட்சிமுறையின்
அடிப்படைகள் முற்றிலும் புதியன அல்ல

அறிவன்
உதய.கதிரவன்
Original Poetry
Translations
2018
கதிரின் கவிதைகள்
உதய.கதிரவன்
2020
ஆண்பாவம்
உதய.கதிரவன்
2020
சுருக்குப்பை
உதய.கதிரவன்
2020
Aaron Sun's
Poetry
JINGLE
&
TINGLE
2021
கபீர்
2021
ரூமி
2021
ஜிப்ரான்
2020
Aaron Sun's
Poetry
Pensive
2021
போர்க்கலை
Translation
The Art of War
by Sun Tzu
உதய.கதிரவன்
2019
போர்க்கலை
Translation
"The Art of War" by Sun Tzu
உதய.கதிரவன்
2021
Aaron Sun's
Poetry
Thought Shower